Impressum
Verlag: BABADADA GmbH, Nedderfeld 112 , 22529 Hamburg
Geschäftsführer / Verlagsleitung: Harald Hof
Druck: Books on Demand GmbH, In de Tarpen 42, 22848 Norderstedt

Imprint
Publisher: BABADADA GmbH, Nedderfeld 112 , 22529 Hamburg, Germany
Managing Director / Publishing direction: Harald Hof
Print: Books on Demand GmbH, In de Tarpen 42, 22848 Norderstedt

# school

# trường học

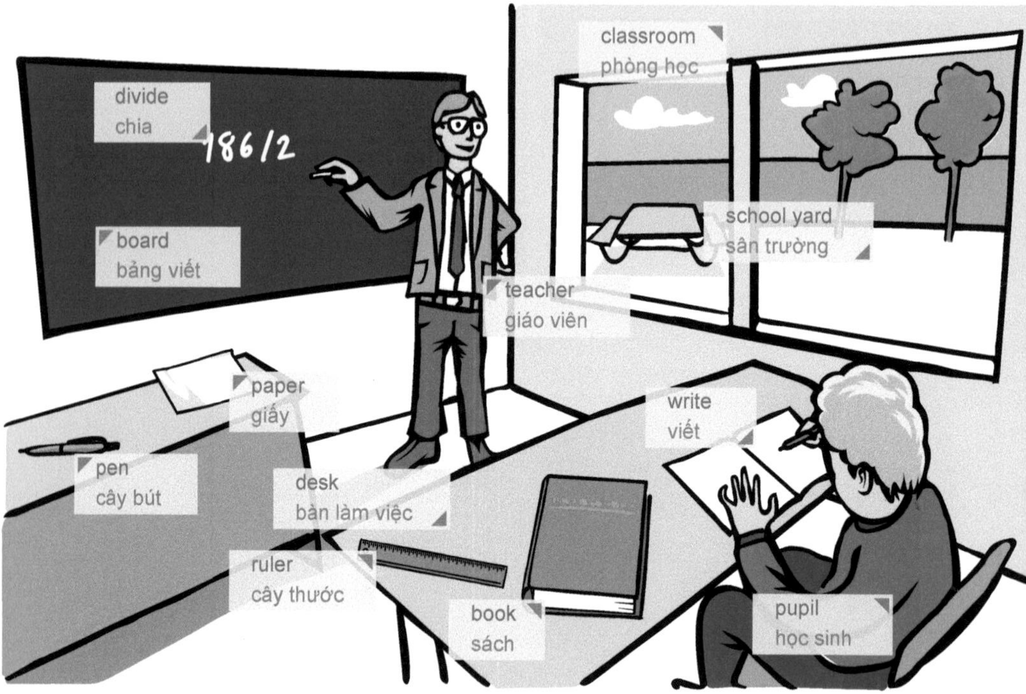

classroom
phòng học
divide
chia
186/2
school yard
sân trường
board
bảng viết
teacher
giáo viên
paper
giấy
write
viết
pen
cây bút
desk
bàn làm việc
ruler
cây thước
book
sách
pupil
học sinh


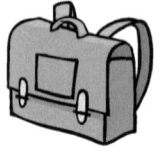

satchel

cặp đeo vai học sinh

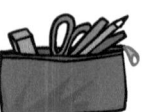

pencil case

hộp đựng bút

pencil

bút chì

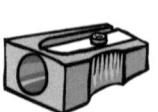

pencil sharpener

cái gọt bút chì

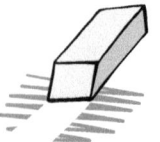

rubber

cục tẩy

drawing pad

tập giấy vẽ

drawing

bản vẽ

paintbrush

cọ vẽ

paint box

hộp mực vẽ

scissors

cây kéo

glue

keo dán

exercise book

sách bài tập

homework

bài tập ở nhà

number

số

add

cộng

subtract

trừ

multiply

nhân

calculate

tính toán

letter

chữ cái

alphabet

bảng chữ cái

word

từ

text

văn bản

read

đọc

chalk

phấn viết

lesson

bài học

register

sổ lớp

exam

thi kiểm tra

certificate

chứng chỉ

school uniform

đồng phục học sinh

education

giáo dục

encyclopedia

từ điển bách khoa

university

đại học

microscope

kính hiển vi

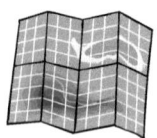

map

bản đồ

waste-paper basket

thùng rác giấy

school - trường học

# travel
# du lịch

hotel
khách sạn
Grand
hostel
nhà trọ
ROOMS
bureau de change
quầy đổi tiền
CHANGE
car
xe ô tô


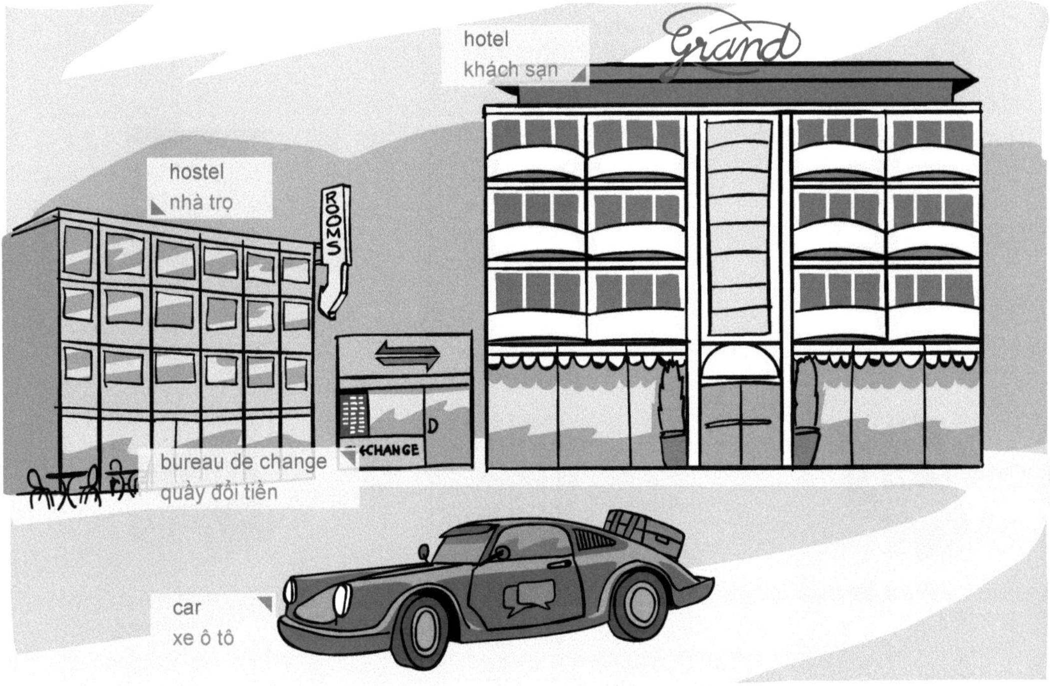

language
ngôn ngữ

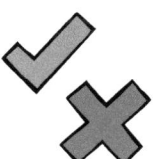

yes / no
có / không

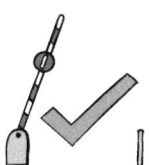

Okay
ô kê

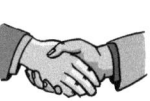

hello
Xin chào

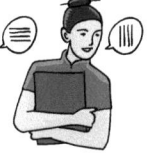

translator
thông dịch viên

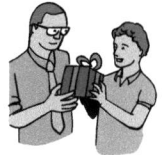

Thank you
cám ơn

how much is…?

… bao nhiêu tiều?

I do not understand

tôi không hiểu

problem

vấn đề

Good evening!

Xin chào! (buổi tối)

Good morning!

xin chào! (buổi sáng)

Good night!

chúc ngủ ngon!

bye bye

tạm biệt

direction

hướng đi

luggage

hành lý

bag

túi xách

backpack

túi ba lô

guest

khách

room

phòng

sleeping bag

túi ngủ

tent

lều

tourist information

thông tin du lịch

beach

bãi biển

credit card

thẻ tín dụng

breakfast

ăn sáng

lunch

ăn trưa

dinner

ăn tối

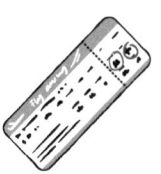

ticket

vé xe

lift

thang máy

stamp

tem bưu điện

border

biên giới

customs

hải quan

embassy

đại sứ quán

visa

thị thực

passport

hộ chiếu

# transport
# vận chuyển

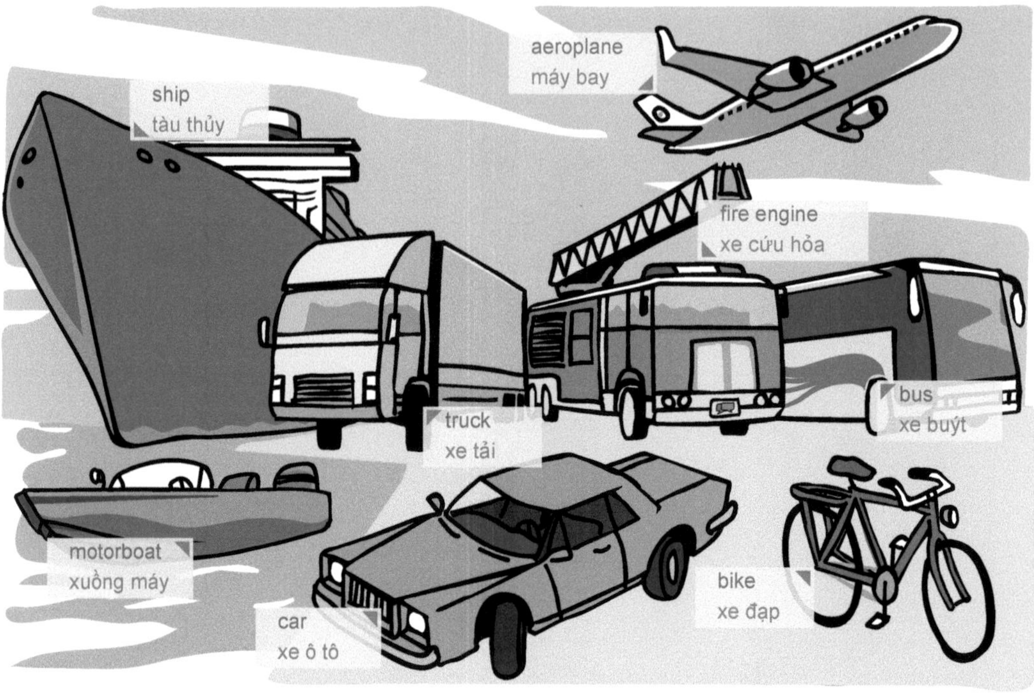
aeroplane
máy bay
ship
tàu thủy
fire engine
xe cứu hỏa
bus
xe buýt
truck
xe tải
motorboat
xuồng máy
bike
xe đạp
car
xe ô tô

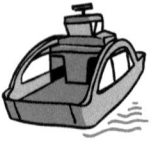

ferry

phà

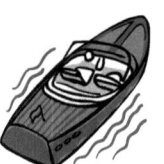

boat

xuồng

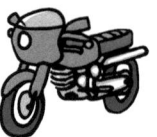

motorbike

xe máy

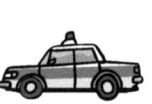

police car

xe cảnh sát

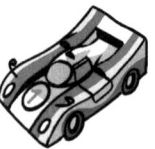

racing car

xe đua

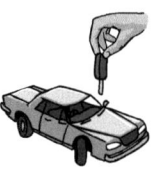

rental car

xe cho thuê

car sharing

dịch vụ thuê xe tự lái

breakdown truck

xe kéo cứu hộ

refuse truck

xe rác

motor

động cơ

fuel

xăng

petrol station

trạm xăng

traffic sign

biển báo giao thông

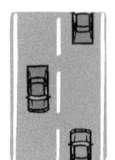

traffic

giao thông

traffic jam

ách tắc giao thông

car park

bãi đậu xe

train station

nhà ga

tracks

đường ray

train

xe lửa

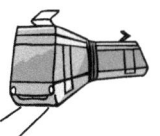

tram

tàu điện

carriage

toa xe

helicopter

máy bay trực thăng

airport

sân bay

tower

tháp

passenger

hành khách

container

côngtenơ

carton

thùng các-tông

cart

xe đẩy

basket

cái giỏ

take off / land

cất cánh / hạ cánh

## city

## thành phố

village

làng

city centre

trung tâm thành phố

house

nhà

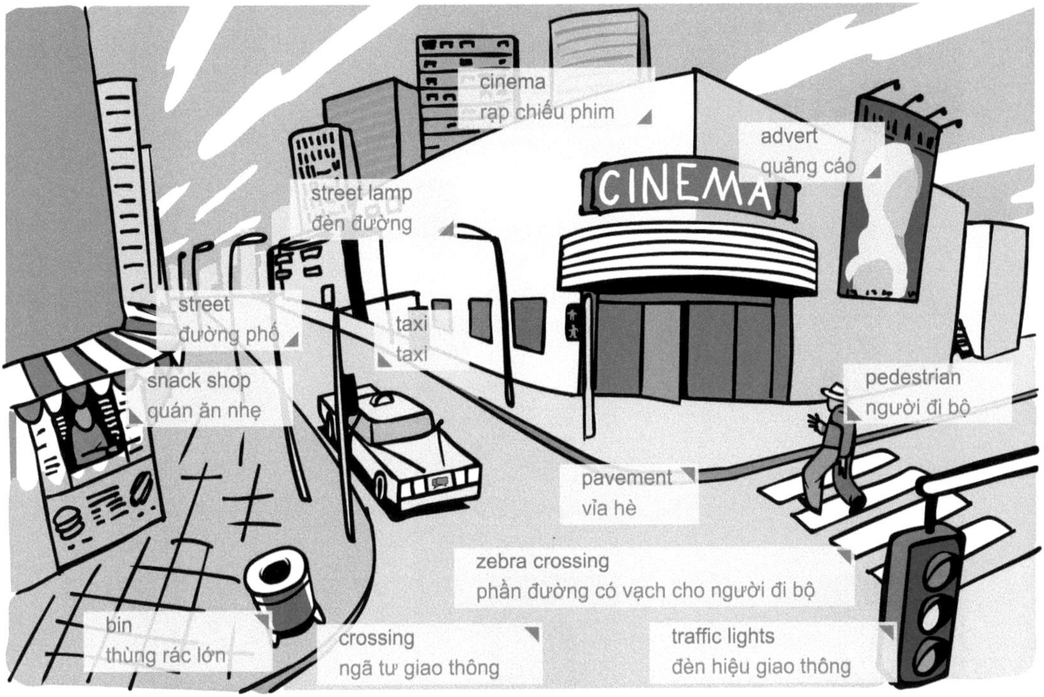
cinema
rạp chiếu phim
advert
quảng cáo
CINEMA
street lamp
đèn đường
street
đường phố
taxi
taxi
snack shop
quán ăn nhẹ
pedestrian
người đi bộ
pavement
vỉa hè
zebra crossing
phần đường có vạch cho người đi bộ
bin
thùng rác lớn
crossing
ngã tư giao thông
traffic lights
đèn hiệu giao thông

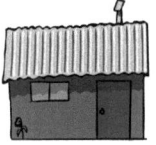

hut

nhà chòi

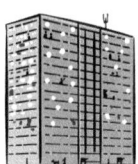

flat

căn hộ

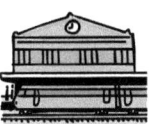

train station

nhà ga

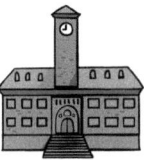

town hall

tòa thị chính

MUSEUM

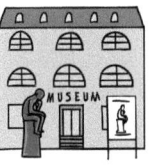

museum

viện bảo tàng

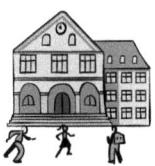

school

trường học

university

đại học

bank

ngân hàng

hospital

bệnh viện

hotel

khách sạn

pharmacy

hiệu thuốc

office

văn phòng

book shop

hiệu sách

shop

cửa hiệu

florist's

cửa hiệu bán hoa

supermarket

siêu thị

market

chợ

department store

cửa hàng bách hóa

fishmonger's

người bán cá

shopping centre

trung tâm mua bán

harbour

bến cảng

park

công viên

bench

ghế băng

bridge

cầu

stairs

cầu thang

underground

tàu điện ngầm

tunnel

đường hầm

bus stop

trạm xe buýt

bar

quán bar

restaurant

khách sạn

postbox

hòm thư công cộng

street sign

bảng hiệu đường

parking meter

đồng hồ đậu xe

zoo

vườn bách thú

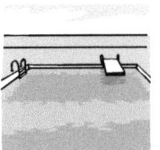

swimming pool

bể bơi

mosque

nhà thờ Hồi giáo

farm

nông trại

pollution

ô nhiễm môi trường

graveyard

nghĩa trang

church

nhà thờ

playground

sân chơi

temple

ngôi đền

## landscape
## phong cảnh

signpost
bảng chỉ đường

way
lối đi

meadow
bãi cỏ

stone
hòn đá

hiker
người đi bộ đường dài

tree
cây

river
sông

grass
cỏ

flower
bông hoa

valley

thung lũng

hill

đồi

lake

hồ nước

forest

rừng

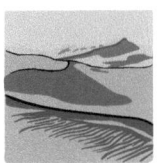

desert

sa mạc

volcano

núi lửa

castle

lâu đài

rainbow

cầu vồng

mushroom

nấm

palm tree

cây cọ

mosquito

con muỗi

fly

con ruồi

ant

con kiến

bee

con ong

spider

con nhện

beetle

bọ cánh cứng

frog

con ếch

squirrel

con sóc

hedgehog

con nhím

hare

con thỏ

owl

con cú

bird

con chim

swan

thiên nga

boar

heo rừng

deer

con hươu

moose

nai sừng tấm

dam

đê

wind turbine

tuabin gió

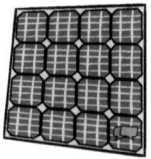

solar panel

tấm năng lượng mặt trời

climate

khí hậu

landscape - phong cảnh

waiter
bồi bàn

menu
thực đơn

chair
ghế

soup
súp

pizza
bánh pizza

cutlery
bộ dao nĩa ăn

tablecloth
khăn trải bàn

starter
món ăn khai vị

main course
món ăn chính

dessert
món tráng miệng

drinks
thức uống

food
thức ăn

bottle
cái chai

fast food

thức ăn nhanh

street food

thức ăn đường phố

teapot

ấm trà

sugar bowl

hộp đường

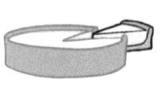

portion

khẩu phần

espresso machine

máy pha espresso

high chair

ghế cao

bill

hóa đơn

tray

khay

knife

dao

fork

nĩa

spoon

thìa

teaspoon

thìa uống trà

serviette

khăn ăn

glass

cốc thủy tinh

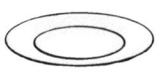

plate

đĩa

soup plate

đĩa súp

saucer

đĩa lót cốc

sauce

nước sốt

salt pot

lọ muối

pepper mill

cái xay tiêu

vinegar

giấm

oil

dầu

spices

gia vị

ketchup

nước xốt cà chua

mustard

tương hạt cải

mayonnaise

nước sốt mayonnaise

# supermarket

## siêu thị

special offer
chào giá đặc biệt
FOR
customer
khách hàng
dairy
sản phẩm từ sữa
fruit
trái cây
trolley
xe đẩy mua sắm

BUTCHERS

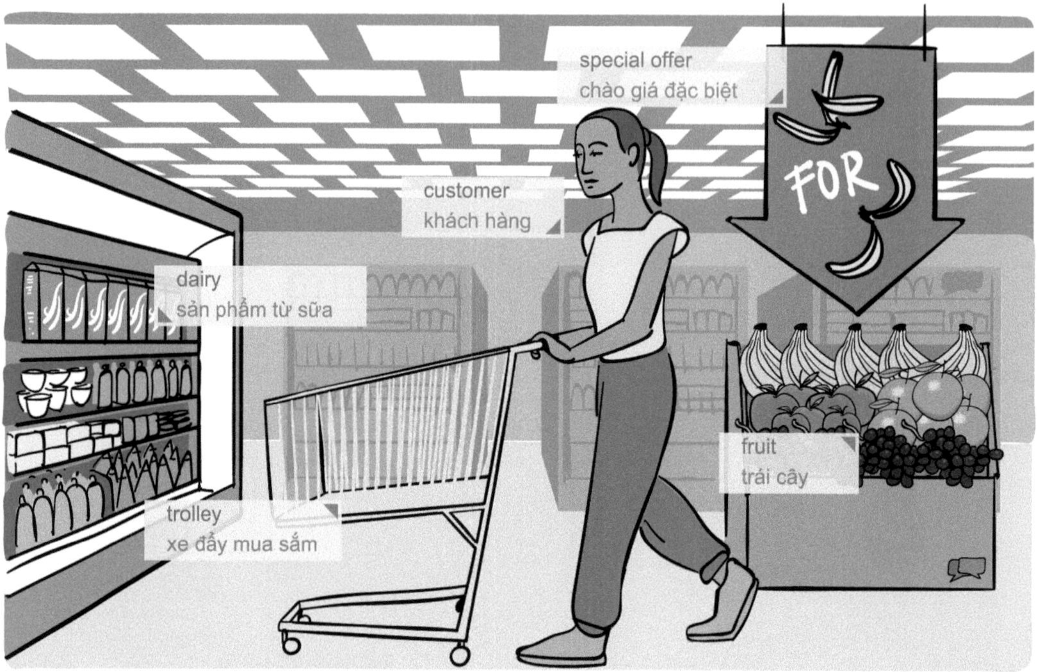

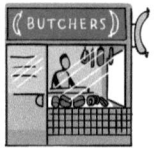

butcher´s

lò mổ

BAKERY

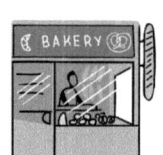

baker´s

cửa hiệu bán bánh mì

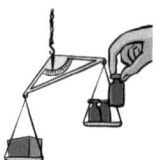

weigh

cân nặng

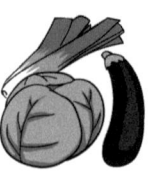

vegetables

rau quả

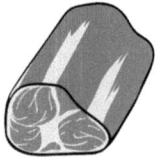

meat

thịt

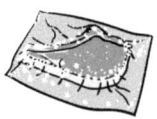

frozen food

thức ăn đông lạnh

**cold meat**

lát thịt nguội

**tinned food**

đồ hộp

**washing powder**

bột giặt

**sweets**

đồ ngọt

**household products**

sản phẩm dùng trong gia đình

**cleaning products**

chất tẩy rửa

**salesperson**

người bán hàng

**till**

quầy trả tiền

**cashier**

nhân viên thu ngân

**shopping list**

danh sách mua sắm

**opening hours**

giờ mở cửa

**wallet**

ví tiền

**credit card**

thẻ tín dụng

**bag**

túi đeo

**plastic bag**

túi ny lông

water

nước

juice

nước quả ép

milk

sữa

coke

coca-cola

wine

rượu vang

beer

bia

alcohol

cồn

cocoa

cacao

tea

trà

coffee

cà phê

espresso

espresso

cappuccino

cappuccino

banana

chuối

apple

quả táo

orange

quả cam

melon

dưa hấu

lemon

chanh

carrot

cà rốt

garlic

tỏi

bamboo

tre

onion

củ hành

mushroom

nấm

nuts

hạt dẻ

noodles

mì

spaghetti

mì spaghetti

rice

cơm

salad

xà lách

chips

khoai tây chiên

fried potatoes

khoai tây chiên

pizza

bánh pizza

hamburger

bánh hamburger

sandwich

bánh mì sandwich

cutlet

thịt côtlet

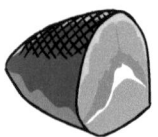

ham

thịt giăm bông

salami

xúc xích

sausage

dồi

chicken

gà

roast

rán

fish

cá

**porridge oats**

cháo yến mạch

**muesli**

cháo muesli

**cornflakes**

bánh bột ngô nướng

**flour**

bột mì

**croissant**

bánh sừng bò

**bread roll**

bánh mì

**bread**

bánh mì

**toast**

bánh mì nướng

**biscuits**

bánh bích quy

**butter**

bơ

**curd**

sữa đông

**cake**

bánh ngọt

**egg**

trứng

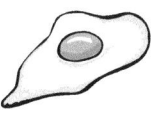

**fried egg**

trứng rán

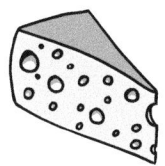

**cheese**

pho mát

ice cream

kem

sugar

đường

honey

mật ong

jam

mứt

chocolate spread

kem nougat

curry

cà ri

# farm
# nông trại

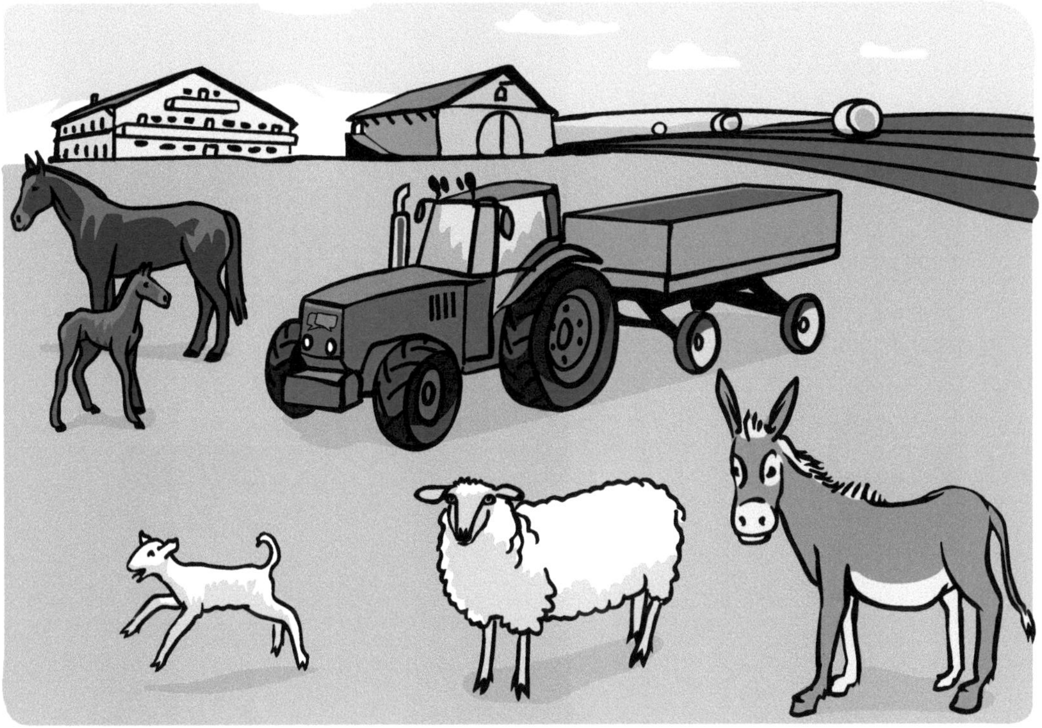

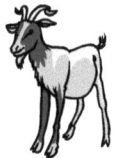

goat

con dê

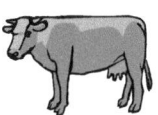

cow

con bò

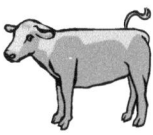

calf

con bê

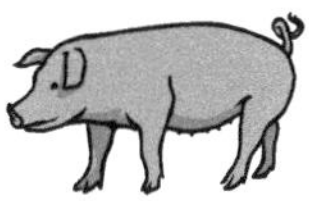

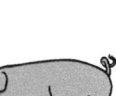

pig

con lợn

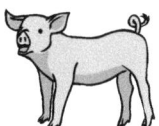

piglet

lợn con

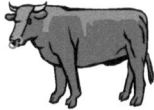

bull

bò đực

goose

con ngỗng

duck

con vịt

chick

gà con

hen

gà mái

cock

gà trống

rat

con chuột

cat

mèo

mouse

chuột nhắt

ox

bò đực

dog

con chó

doghouse

nhà chuồng chó

garden hose

ống tưới vườn cây

watering can

thùng tưới cây

scythe

lưỡi hái

plough

cái cày

sickle

cái liềm

hoe

cái cuốc

pitchfork

cái chĩa

axe

cái rìu

wheelbarrow

xe cút kít

trough

máng ăn

milk can

lọ sữa

sack

bao tải

fence

hàng rào

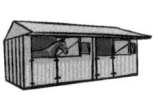

stable

chuồng

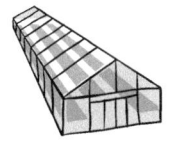

greenhouse

nhà kính trồng cây

soil

đất trồng

seed

hạt giống

fertilizer

phân bón

combine harvester

máy gặt đập liên hợp

harvest

thu hoạch

harvest

mùa thu hoạch

yams

khoai lang

wheat

lúa mì

soy

đậu nành

potato

khoai tây

corn

ngô

rapeseed

hạt cải dầu

fruit tree

cây ăn trái

cassava

sắn

cereals

ngũ cốc

farm - nông trại

# house
# nhà

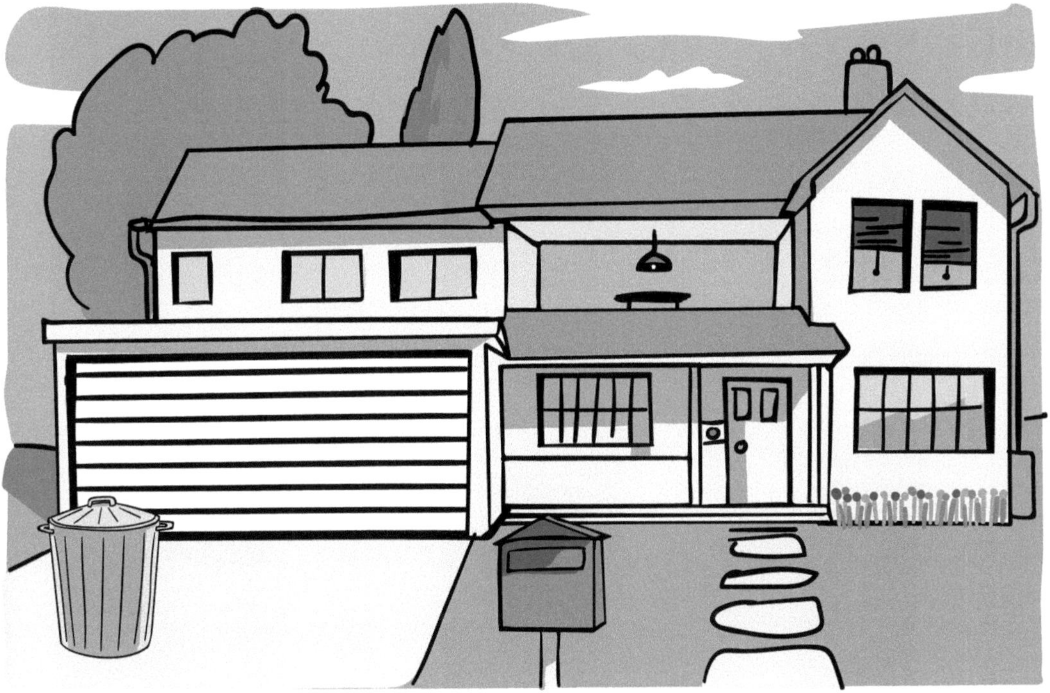

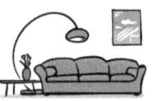

living room
phòng khách

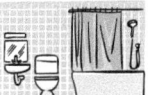

bathroom
phòng tắm

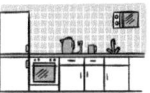

kitchen
bếp

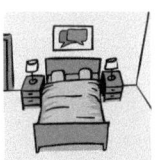

bedroom
phòng ngủ

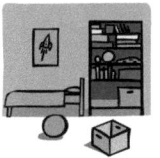

child's room
phòng trẻ em

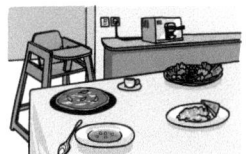

dining room
phòng ăn

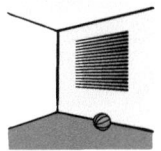

floor

nền nhà

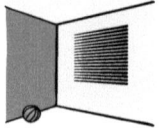

wall

tường

ceiling

trần nhà

cellar

tầng hầm

sauna

tắm hơi

balcony

ban công

terrace

sân hiên

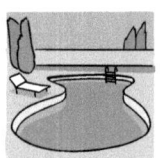

pool

bể bơi

lawn mower

máy cắt cỏ

sheet

khăn trải giường

bedspread

khăn trải giường

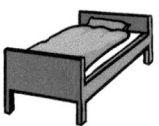

bed

giường

broom

chổi

bucket

cái xô

switch

công tắc điện

# living room
# phòng khách

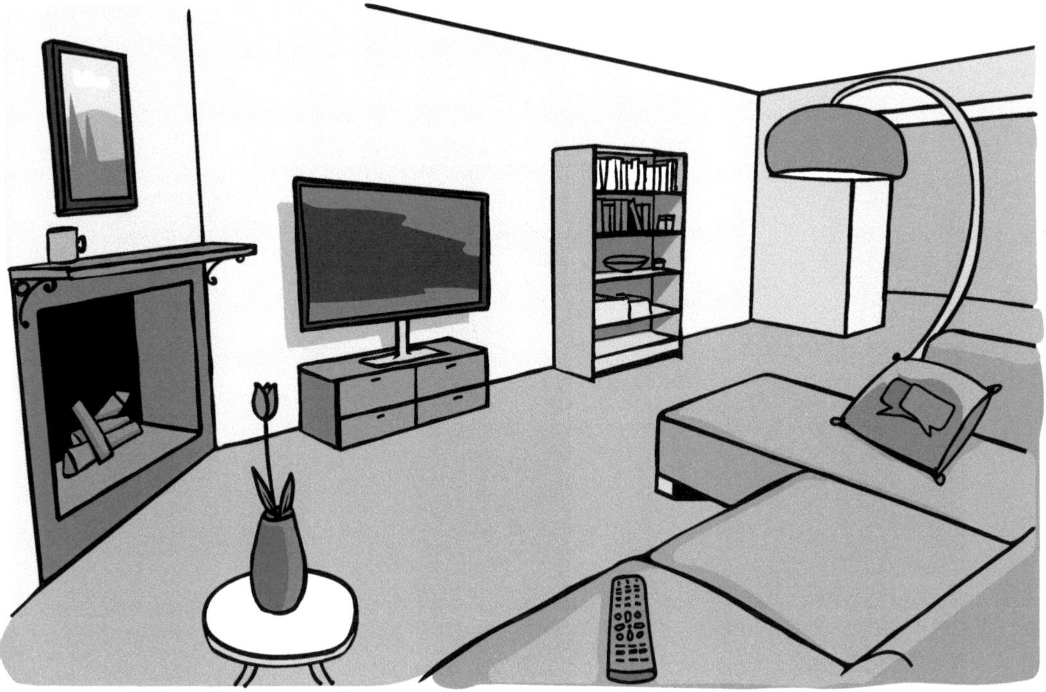

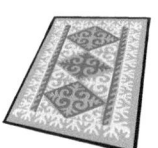

carpet

thảm

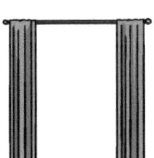

curtain

rèm

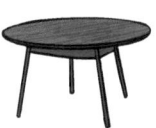

table

cái bàn

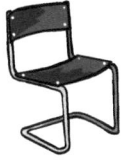

chair

ghế

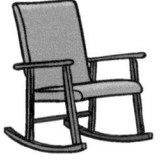

rocking chair

ghế bập bênh

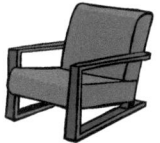

armchair

ghế bành

book

sách

blanket

cái chăn

decoration

đồ trang trí

firewood

củi

film

phim

hi-fi equipment

máy hi-fi

key

chìa khóa

newspaper

báo

painting

bức tranh

poster

áp phích

radio

radio

notepad

sổ ghi chép

hoover

máy hút bụi

cactus

cây xương rồng

candle

cây nến

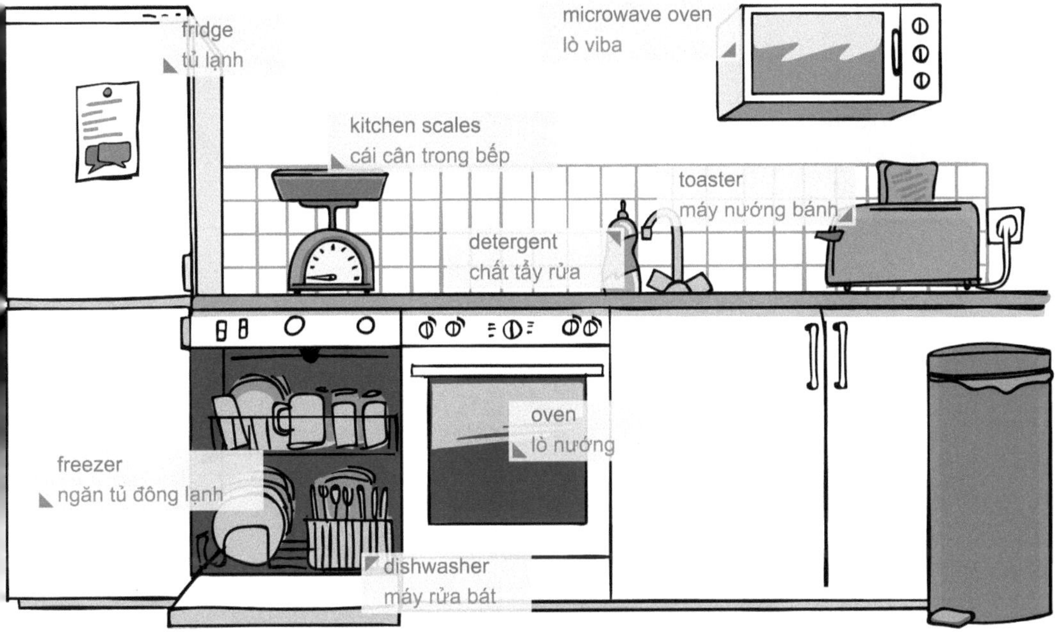

fridge
tủ lạnh

microwave oven
lò viba

kitchen scales
cái cân trong bếp

toaster
máy nướng bánh

detergent
chất tẩy rửa

oven
lò nướng

freezer
ngăn tủ đông lạnh

dishwasher
máy rửa bát

cooker

lò nấu

pot

nồi

cast-iron pot

nồi sắt

wok / kadai

chảo

pan

chảo

kettle

ấm đun nước

steamer

nồi đun hơi

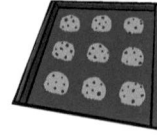

baking tray

khay lò nướng

crockery

bát đĩa

mug

cốc

bowl

cái bát

chopsticks

đũa

ladle

cái vá

spatula

bàn xẻng

whisk

que đánh kem

strainer

rây dùng trong bếp

sieve

cái rây lọc

grater

cái nạo

mortar

vữa

barbecue

vỉ nướng

open fire

ngọn lửa trần

chopping board

cái thớt

rolling pin

trục cán bột

corkscrew

cái mở nút chai

can

vỏ đồ hộp

can opener

cái mở vỏ đồ hộp

pot holder

miếng nhấc nồi

sink

bồn rửa bát

brush

bàn chải

sponge

miếng xốp

blender

máy xay

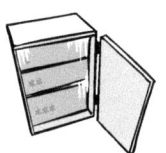

deep freezer

tủ đông lạnh

baby bottle

bình sữa cho trẻ sơ sinh

tap

vòi nước

# bathroom
# phòng tắm

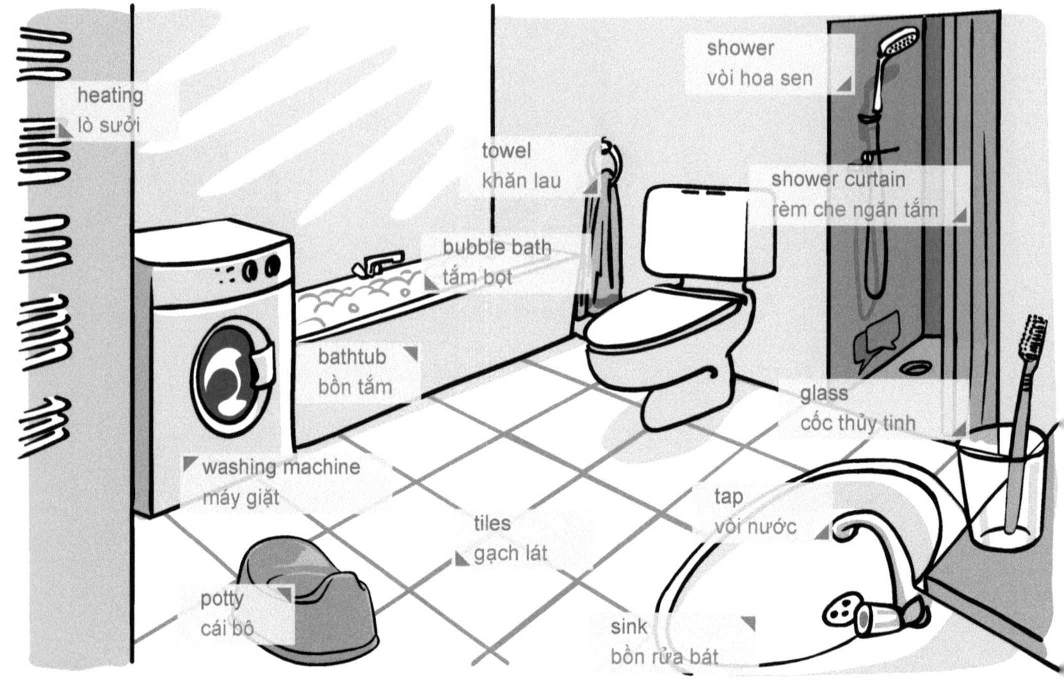

heating
lò sưởi
towel
khăn lau
shower
vòi hoa sen
shower curtain
rèm che ngăn tắm
bubble bath
tắm bọt
bathtub
bồn tắm
glass
cốc thủy tinh
washing machine
máy giặt
tap
vòi nước
tiles
gạch lát
potty
cái bô
sink
bồn rửa bát


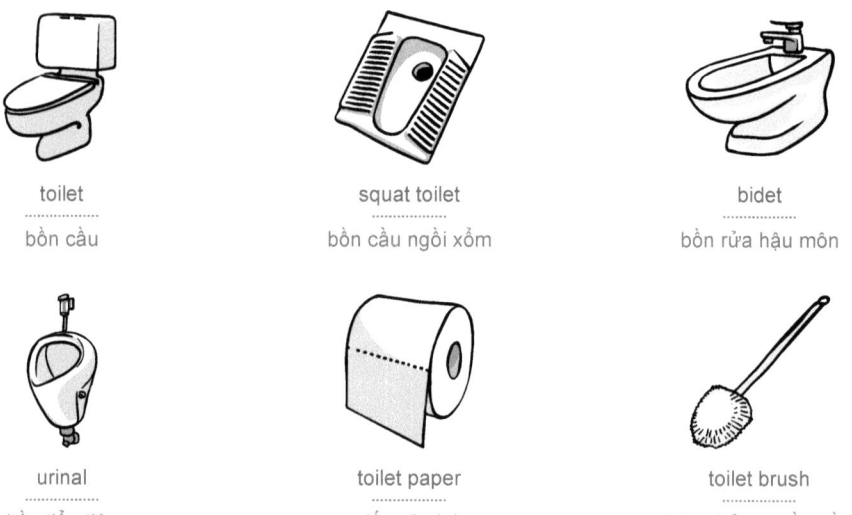

toilet

bồn cầu

squat toilet

bồn cầu ngồi xổm

bidet

bồn rửa hậu môn

urinal

bồn tiểu tiện

toilet paper

giấy vệ sinh

toilet brush

bàn chải cọ bồn cầu

toothbrush

bàn chải đánh răng

toothpaste

kem đánh răng

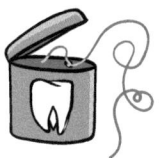

dental floss

chỉ nha khoa

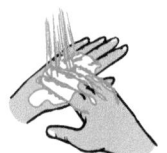

wash

rửa

handheld shower

vòi sen cầm tay

douche

vòi rửa hậu môn

basin

bồn rửa

back brush

bàn chải cọ lưng

soap

xà phòng

shower gel

sữa tắm

shampoo

dầu gội

flannel

khăn cọ để tắm

drain

lỗ thoát nước

cream

kem

deodorant

chất khử mùi

mirror

gương

hand mirror

gương tay

razor

dao cạo râu

shaving foam

kem cạo râu

aftershave

nước thơm dùng sau khi cạo râu

comb

cái lược

brush

bàn chải

hair dryer

máy xấy tóc

hairspray

keo xịt tóc

makeup

đồ trang điểm

lipstick

thỏi son môi

nail varnish

sơn bôi móng

cotton wool

bông

nail scissors

kéo cắt móng

perfume

nước hoa

washbag

túi đựng đồ tắm

stool

ghế đẩu

weighing scale

cái cân

bathrobe

áo choàng tắm

rubber gloves

găng tay làm vệ sinh

tampon

nút gạc

sanitary towel

băng vệ sinh

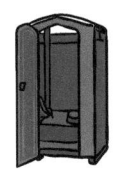

chemical toilet

nhà vệ sinh hóa chất

# child's room
# phòng trẻ em

alarm clock
đồng hồ báo thức
cuddly toy
thú bông
toy car
xe đồ chơi
rattle
cái lúc lắc
doll's house
nhà búp bê
present
món quà

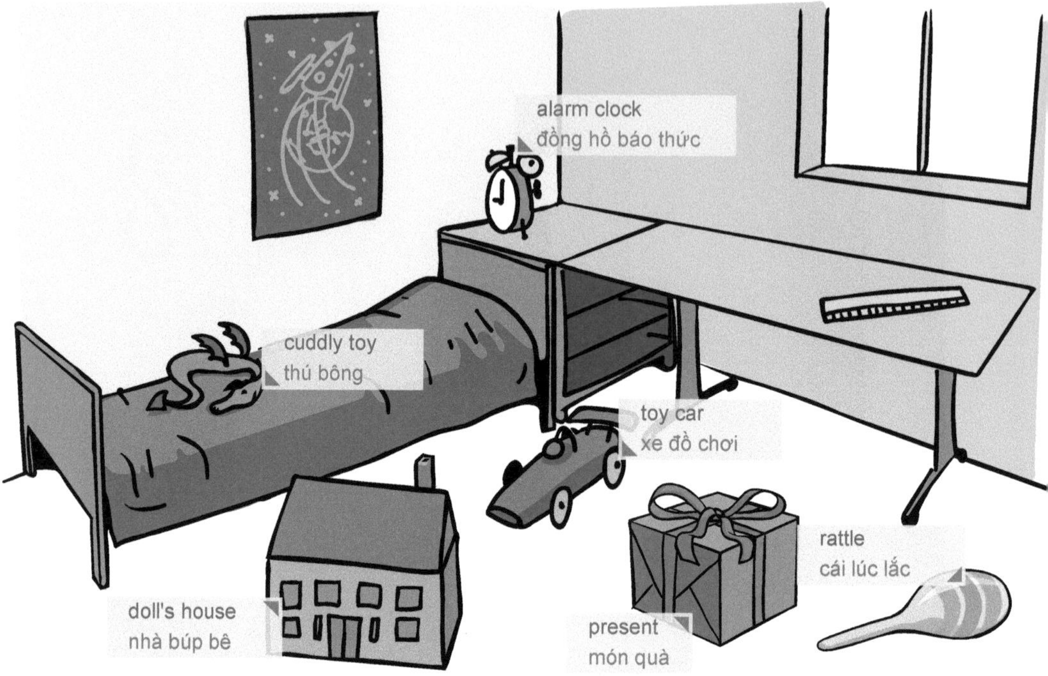

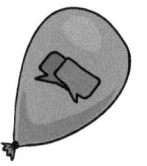

balloon

bong bóng

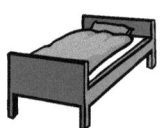

bed

giường

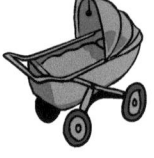

pram

xe nôi

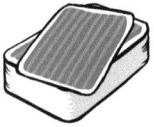

deck of cards

trò chơi bài

jigsaw

trò chơi ghép hình

SUPER MEGA

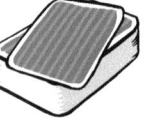

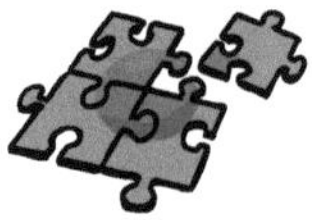

comic

truyện tranh

lego bricks
gạch Lego

building blocks
khối xếp hình

action figure
nhân vật hành động

babygrow
áo liền quần cho trẻ sơ sinh

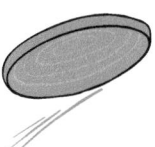

frisbee
đĩa nhựa để ném

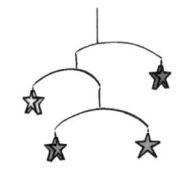

mobile
đồ chơi treo trên giường

board game
trò chơi cờ bàn

dice
xúc xắc

model train set
đồ chơi xe lửa mô hình

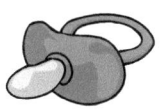

dummy
ti giả

party
buổi tiệc

picture book
sách tranh

ball
quả bóng

doll
búp bê

play
chơi

sandpit

hố cát

swing

cái đu

toys

đồ chơi

video game console

máy chơi game cầm tay

tricycle

xe ba bánh

teddy bear

gấu bông

wardrobe

tủ quần áo

## clothing
## y phục

socks

bít tất

stockings

bít tất dài

tights

quần tất

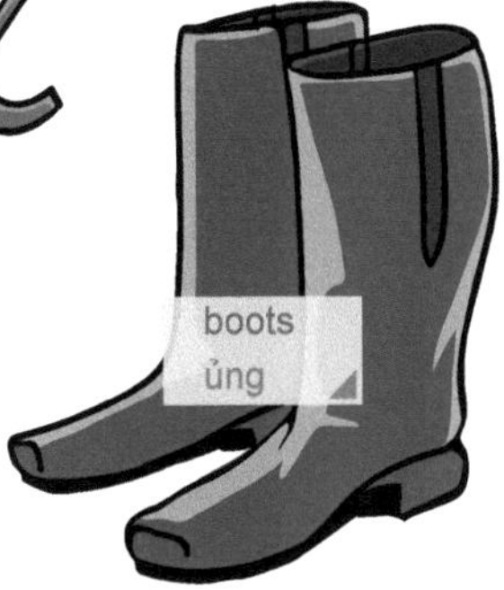

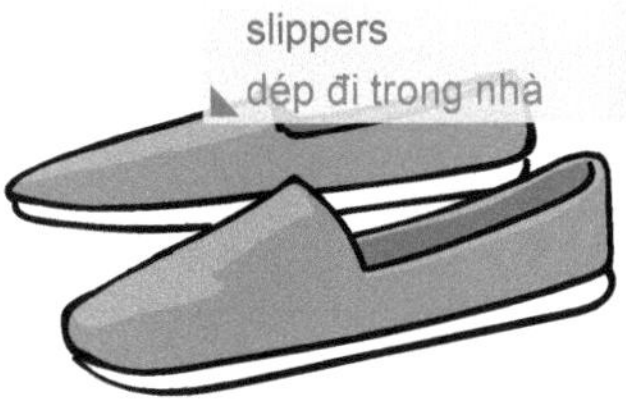

scarf
khăn choàng cổ

umbrella
ô che mưa

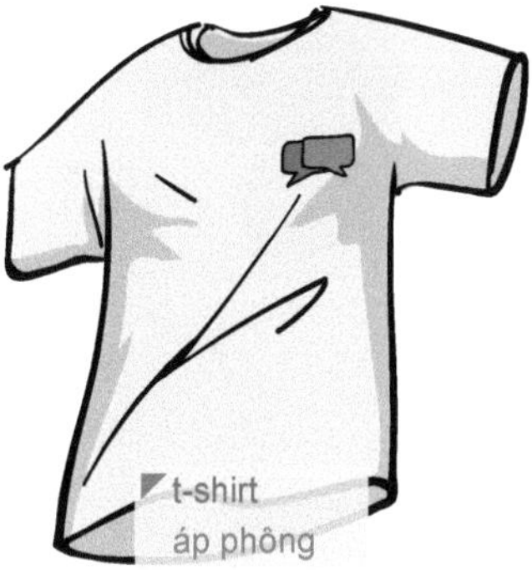

t-shirt
áp phông

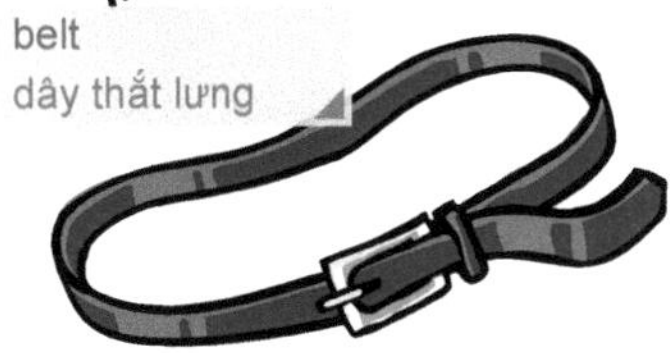

belt
dây thắt lưng

boots
ủng

slippers
dép đi trong nhà

trainers
giày sneaker

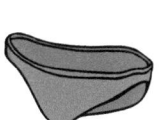

sandals

dép xăng đan

shoes

giày

rubber boots

ủng cao su

underpants

quần lót

bra

áo ngực

vest

áo vest

clothing - y phục

**body**

áo ôm sát cơ thể

**trousers**

quần dài

**jeans**

quần bò

**skirt**

váy

**blouse**

áo cánh

**shirt**

áo sơ mi

**pullover**

áo len chui đầu

**hoodie**

áo len

**blazer**

áo blazer

**jacket**

áo jacket

**coat**

áo khoác

**raincoat**

áo mưa

**costume**

trang phục

**dress**

áo váy

**wedding dress**

áo cưới

suit

bộ com lê

nightgown

áo ngủ

pyjamas

pijama

sari

trang phục sari

headscarf

khăn trùm đầu

turban

khăn đội đầu

burqa

áo burka

kaftan

áo captan

abaya

áo aba

swimsuit

quần áo bơi

trunks

quần bơi

shorts

quần đùi

tracksuit

quần áo tracksuit

apron

tạp dề

gloves

găng tay

button

cái cúc

glasses

kính mắt

bracelet

vòng đeo tay

necklace

vòng cổ

ring

nhẫn

earring

hoa tai

cap

mũ lưỡi trai

coat hanger

cái mắc treo áo quần

hat

mũ

tie

cà vạt

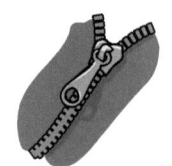

zip

dây kéo phéc mơ tuya

helmet

mũ bảo hiểm

braces

dây đeo quần

school uniform

đồng phục học sinh

uniform

đồng phục

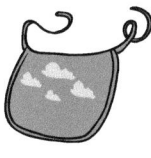

bib

yếm trẻ em

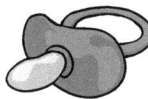

dummy

ti giả

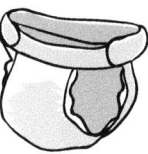

nappy

tã lót

# office
# văn phòng

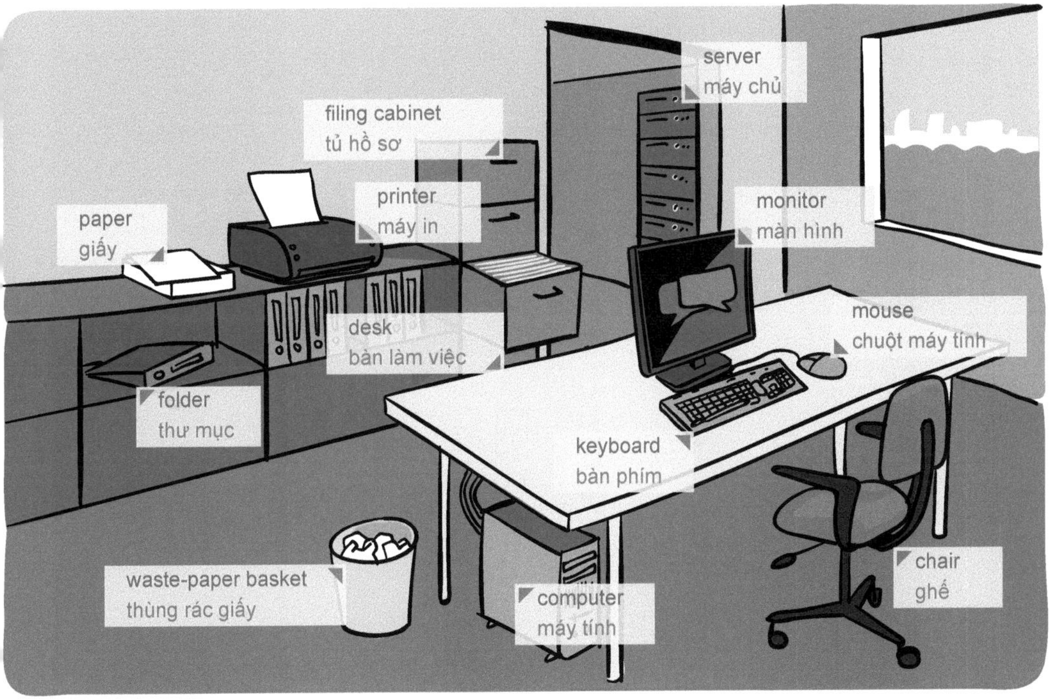
server
máy chủ
filing cabinet
tủ hồ sơ
printer
máy in
paper
giấy
monitor
màn hình
mouse
chuột máy tính
desk
bàn làm việc
folder
thư mục
keyboard
bàn phím
chair
ghế
waste-paper basket
thùng rác giấy
computer
máy tính

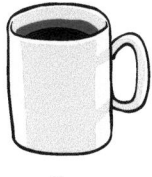

coffee mug

cốc cà phê

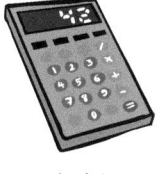

calculator

máy tính bỏ túi

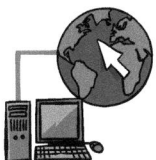

internet

internet

laptop

laptop

letter

thư

message

tin nhắn

mobile

điện thoại di động

network

mạng

photocopier

máy photocopy

software

phần mềm

telephone

điện thoại

plug socket

ổ cắm điện

fax machine

máy fax

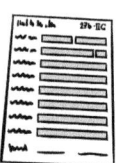

form

mẫu đơn

document

chứng từ

buy

mua

pay

trả tiền

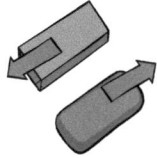

trade

buôn bán

money

tiền

dollar

đô la

euro

Euro

yen

yên

rouble

rúp

Swiss franc

franc Thụy Sĩ

renminbi yuan

nhân dân tệ

rupee

rupi

cashpoint

máy rút tiền tự động

bureau de change

quầy đổi tiền

gold

vàng

silver

bạc

oil

dầu

energy

năng lượng

price

giá tiền

contract

hợp đồng

tax

thuế

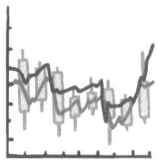

stock

cổ phiếu

work

làm việc

employee

nhân viên

employer

chủ lao động

factory

nhà máy

shop

cửa hiệu

# occupations
# nghề nghiệp

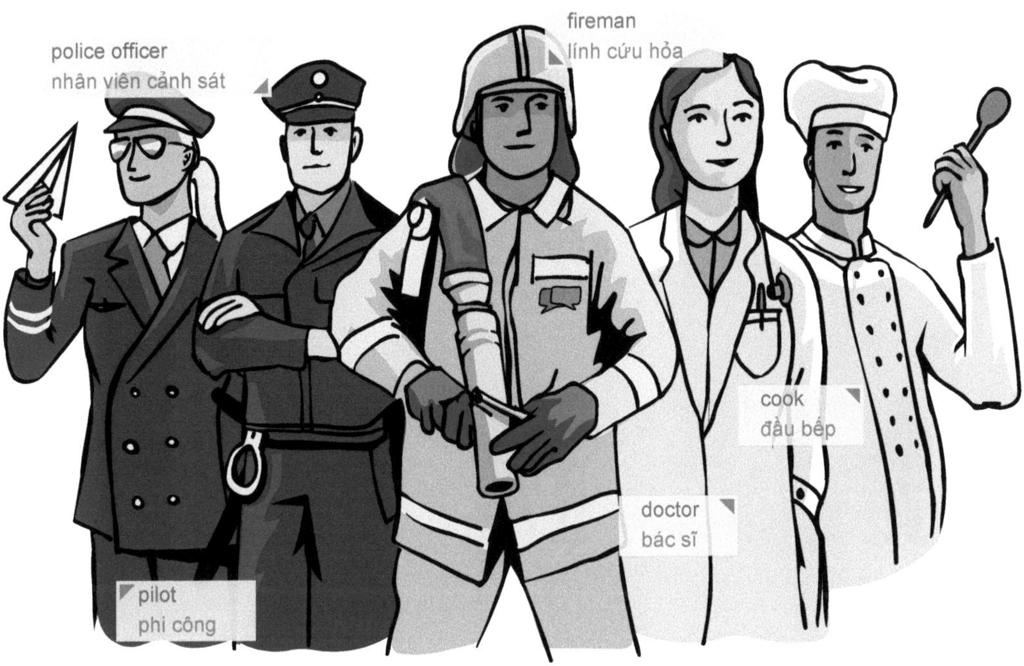
police officer
nhân viên cảnh sát
fireman
lính cứu hỏa
cook
đầu bếp
doctor
bác sĩ
pilot
phi công

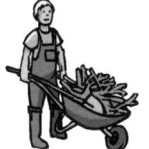

gardener

người làm vườn

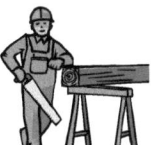

carpenter

thợ mộc

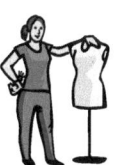

seamstress

thợ may

judge

chánh án

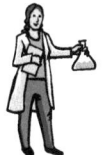

chemist

nhà hóa học

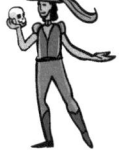

actor

diễn viên

bus driver

tài xế xe buýt

taxi driver

người lái taxi

fisherman

ngư dân

cleaning lady

người lau dọn vệ sinh

roofer

thợ lợp mái nhà

waiter

bồi bàn

hunter

thợ săn

painter

họa sĩ

baker

thợ làm bánh

electrician

thợ điện

builder

thợ xây dựng

engineer

kỹ sư

butcher

người hàng thịt

plumber

thợ sửa ống nước

postman

người đưa thư

soldier

người lính

architect

kiến trúc sư

cashier

nhân viên thu ngân

florist

người bán hoa

hairdresser

thợ cắt tóc

conductor

nhân viên soát vé

mechanic

thợ cơ khí

captain

thuyền trưởng

dentist

nha sĩ

scientist

nhà khoa học

rabbi

giáo sĩ Do thái

imam

lãnh tụ Hồi giáo

monk

nhà sư

clergyman

mục sư

# tools
# dụng cụ

hammer
cây búa
pliers
kìm
screwdriver
tua vít
spanner
cờ lê
torch
đèn pin

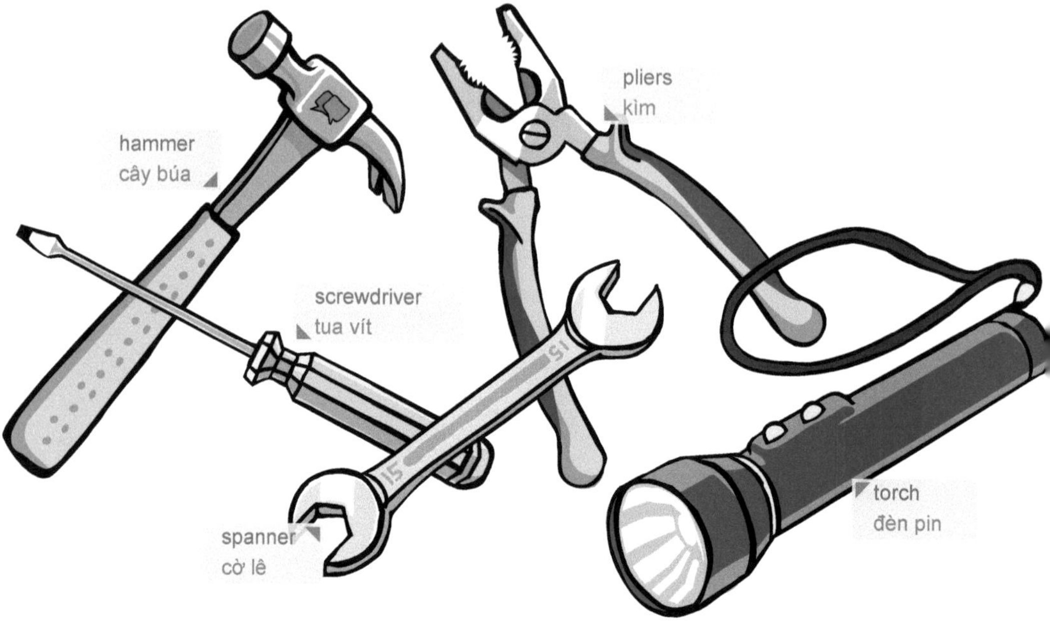

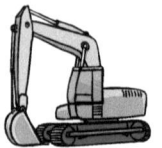

digger

máy xúc đất

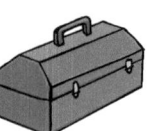

toolbox

hộp dụng cụ

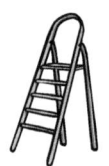

ladder

cái thang

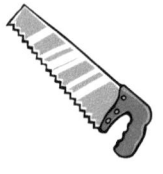

saw

cưa

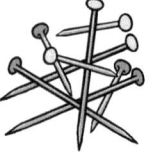

nails

đinh

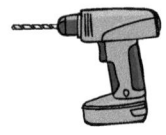

drill

máy khoan

repair

sửa chữa

shovel

cái xẻng

Damn!

khốn nạn!

dustpan

cái hót rác

paint pot

thùng sơn

screws

vít

## musical instruments
## nhạc cụ

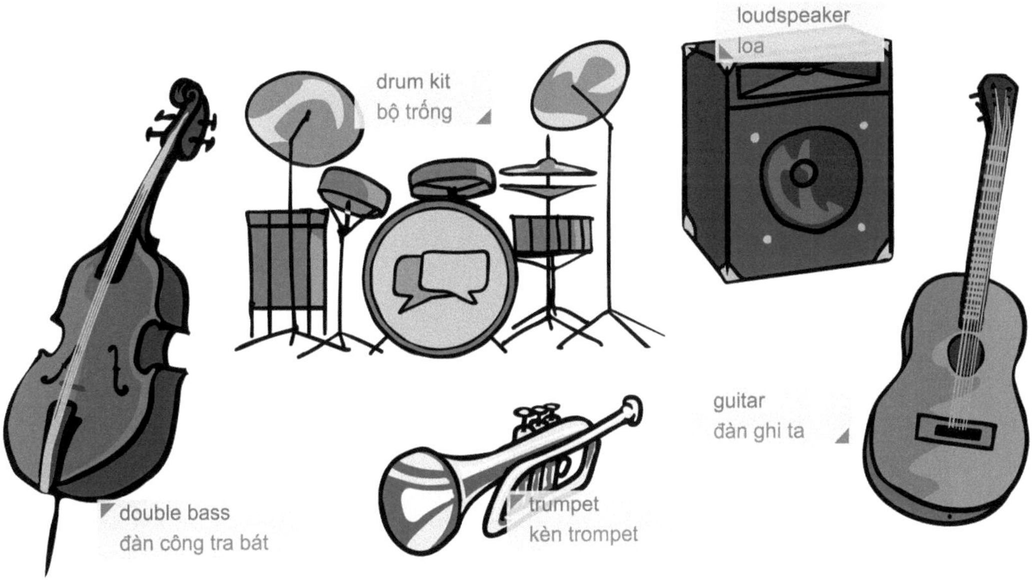

loudspeaker
loa

drum kit
bộ trống

guitar
đàn ghi ta

double bass
đàn công tra bát

trumpet
kèn trompet

piano

đàn piano

violin

đàn vĩ cầm

bass

ghi ta bass

timpani

trống định âm

drums

trống

keyboard

đàn organ

saxophone

kèn Saxophone

flute

sáo

microphone

micro

tiger
con cọp

entrance
lối vào

cage
lồng

zebra
ngựa vằn

animal feed
thức ăn gia súc

panda
gấu trúc

animals

động vật

elephant

con voi

kangaroo

chuột túi

rhino

tê giác

gorilla

khỉ đột

bear

con gấu

camel

lạc đà

ostrich

đà điểu

lion

sư tử

monkey

con khỉ

flamingo

hồng hạc

parrot

con vẹt

polar bear

gấu bắc cực

penguin

chim cánh cụt

shark

cá mập

peacock

con công

snake

con rắn

crocodile

cá sấu

zookeeper

người trông giữ vườn bách
thú

seal

hải cẩu

jaguar

báo đốm

zoo - vườn bách thú

pony

ngựa lùn

leopard

con báo

hippo

hà mã

giraffe

hươu cao cổ

eagle

đại bàng

boar

heo rừng

fish

cá

turtle

con rùa

walrus

hải mã

fox

con cáo

gazelle

linh dương

American football
bóng bầu dục Mỹ

cycling
đua xe đạp

tennis
quần vợt

basketball
bóng rổ

swimming
bơi

boxing
đấm bốc

ice hockey
khúc côn cầu trên băng

football
bóng đá

badminton
cầu lông

athletics
điền kinh

handball
bóng ném

skiing
trượt tuyết

polo
polo

# activities
# các hoạt động

laugh
cười
jump
nhảy
hug
ôm
walk
đi bộ
sing
ca hát
dream
mơ
pray
cầu nguyện
kiss
hôn

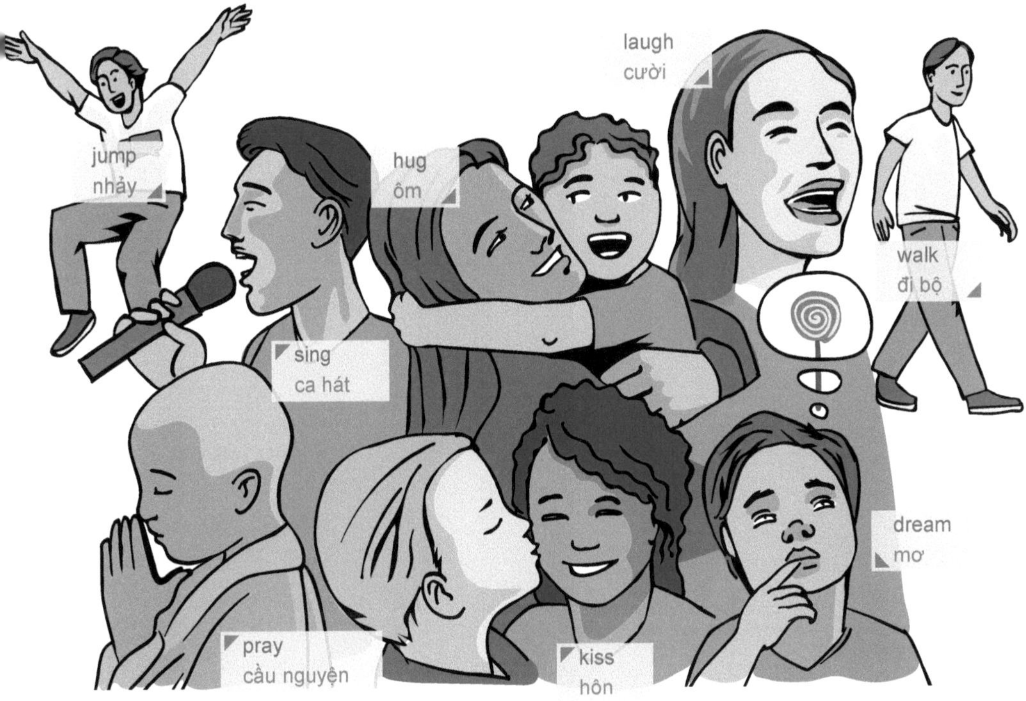

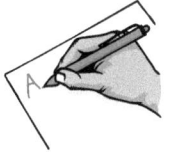

write
viết

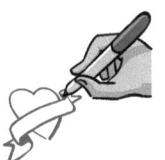

draw
vẽ

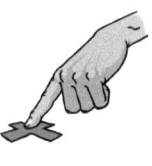

show
chỉ trỏ

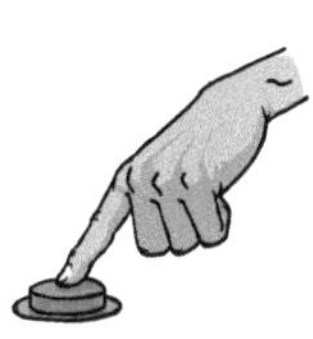

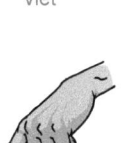

push
đẩy

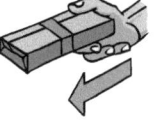

give
cho

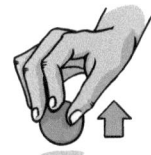

take
lấy đi

have

có

do

làm

be

thì / là

stand

đứng

run

chạy

pull

kéo

throw

ném

fall

rơi

lie

nằm

wait

chờ đợi

carry

mang vác

sit

ngồi

get dressed

mặc quần áo

sleep

ngủ

wake up

thức dậy

look at

xem

cry

khóc

stroke

vuốt ve

comb

chải

talk

nói chuyện

understand

hiểu

ask

câu hỏi

listen

nghe

drink

uống

eat

ăn

tidy up

dọn dẹp

love

yêu

cook

nấu nướng

drive

lái xe

fly

bay

sail

đi thuyền buồm

calculate

tính toán

read

đọc

learn

học

work

làm việc

marry

cưới

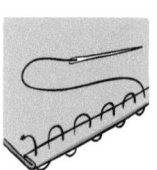

sew

khâu vá

brush teeth

đánh răng

kill

giết

smoke

hút thuốc

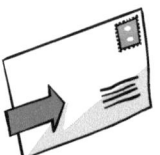

send

gửi đi

grandmother
bà nội (ngoại)

grandfather
ông nội (ngoại)

father
cha

mother
mẹ

baby
trẻ con

daughter
con gái

son
con trai

guest

khách

aunt

cô (dì)

uncle

chú, bác (cậu)

brother

anh (em) trai

sister

chị (em) gái

# body

# cơ thể

forehead
trán
eye
mắt
shoulder
vai
finger
ngón tay
face
mặt
chin
cằm
hand
bàn tay
leg
chân
breast
ngực
arm
cánh tay

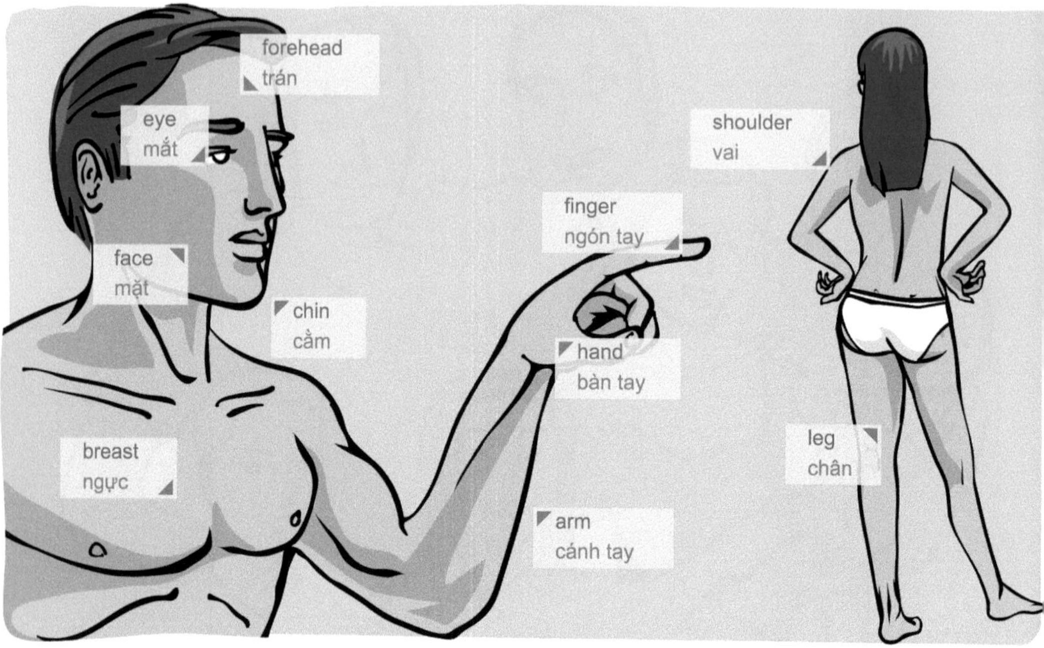

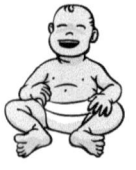

baby

trẻ con

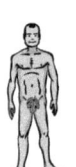

man

đàn ông

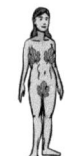

woman

phụ nữ

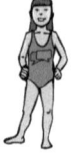

girl

bé gái

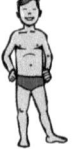

boy

bé trai

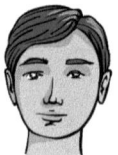

head

đầu

back

lưng

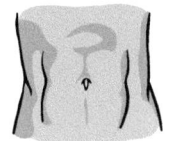

belly

bụng

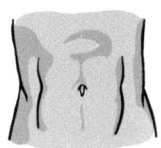

belly button

rốn

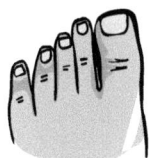

toe

ngón chân

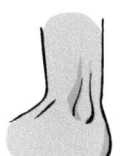

heel

gót chân

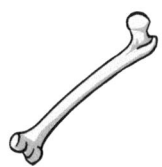

bone

xương

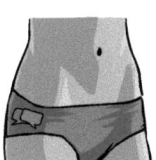

hip

hông

knee

đầu gối

elbow

khuỷu tay

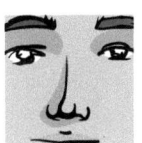

nose

mũi

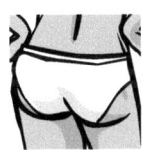

bottom

mông

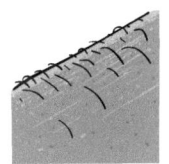

skin

da

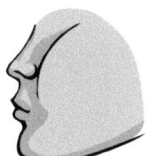

cheek

má

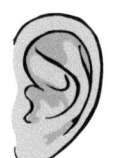

ear

tai

lip

môi

mouth

miệng

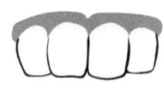

tooth

răng

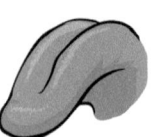

tongue

lưỡi

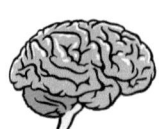

brain

não

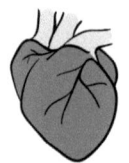

heart

tim

muscle

cơ bắp

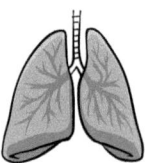

lung

phổi

liver

gan

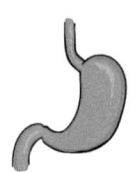

stomach

dạ dày

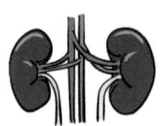

kidneys

thận

sex

giao hợp

condom

bao cao su

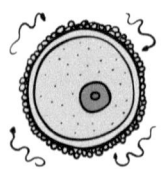

ovum

noãn

semen

tinh dịch

pregnancy

mang thai

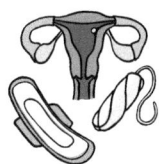

menstruation

kinh nguyệt

vagina

âm vật

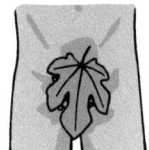

penis

dương vật

eyebrow

lông mày

hair

tóc

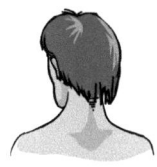

neck

cổ

# hospital
# bệnh viện

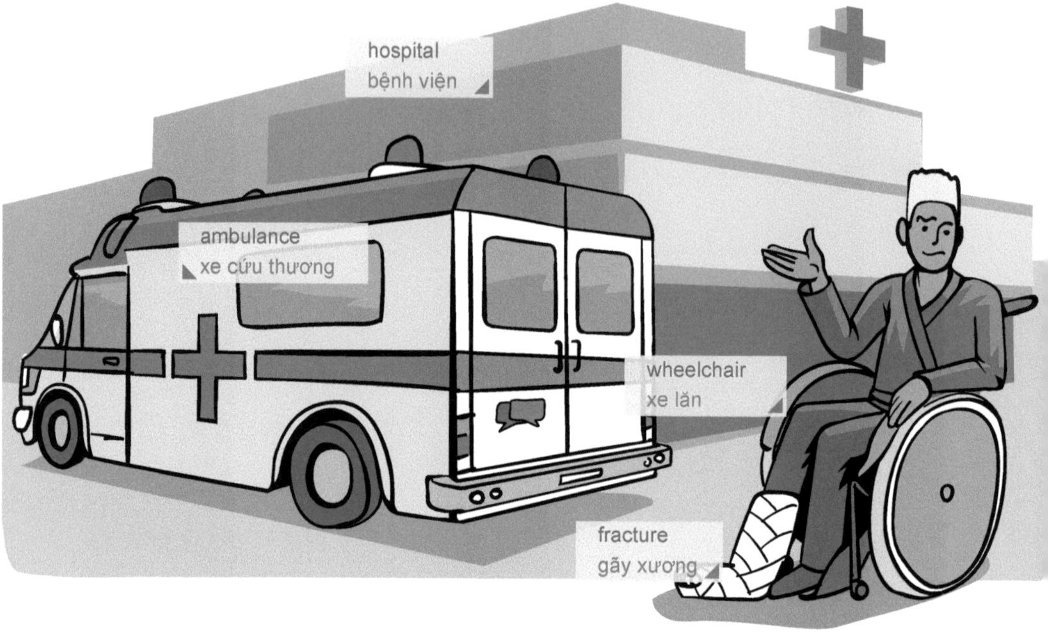

hospital
bệnh viện
ambulance
xe cứu thương
wheelchair
xe lăn
fracture
gãy xương

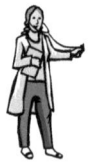

doctor

bác sĩ

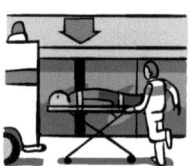

emergency room

phòng cấp cứu

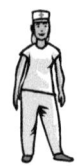

nurse

y tá

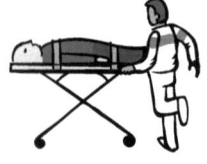

emergency

cấp cứu

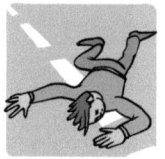

unconscious

bất tỉnh

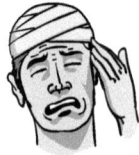

pain

cơn đau

injury

bị thương

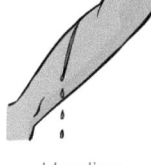

bleeding

chảy máu

heart attack

nhồi máu cơ tim

stroke

đột quỵ

allergy

dị ứng

cough

ho

fever

sốt

flu

cúm

diarrhoea

tiêu chảy

headache

đau đầu

cancer

ung thư

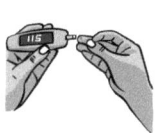

diabetes

bệnh tiểu đường

surgeon

bác sĩ phẫu thuật

scalpel

dao mổ

operation

giải phẫu

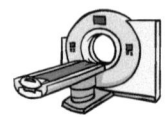

CT

chụp cắt lớp

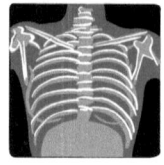

x-ray

chụp x-quang

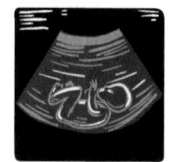

ultrasound

siêu âm

face mask

mặt nạ

disease

bệnh

waiting room

phòng đợi

crutch

cái nạng

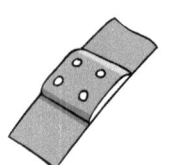

plaster

băng dán vết thương

bandage

băng bó

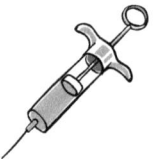

injection

tiêm thuốc

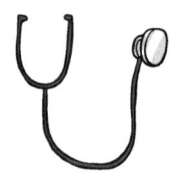

stethoscope

ống nghe khám bệnh

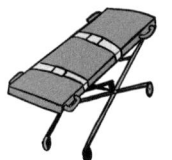

stretcher

băng ca

clinical thermometer

nhiệt kế

birth

sinh đẻ

overweight

thừa cân

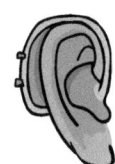

hearing aid

máy trợ thính

disinfectant

chất khử trùng

infection

nhiễm trùng

virus

vi rút

HIV / AIDS

HIV / AIDS

medicine

thuốc

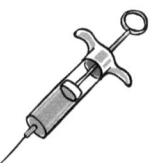

vaccination

tiêm chủng

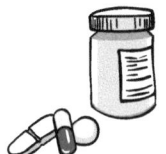

tablets

thuốc viên

pill

viên thuốc

emergency call

gọi cấp cứu

blood pressure monitor

máy đo huyết áp

ill / healthy

bệnh / khỏe mạnh

Help!

cứu!

alarm

báo động

assault

cuộc đột kích

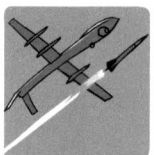

attack

sự tấn công

danger

mối nguy hiểm

emergency exit

lối thoát hiểm

Fire!

cháy!

fire extinguisher

bình chữa cháy

accident

tai nạn

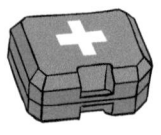

first-aid kit

bộ dụng cụ sơ cứu

SOS

SOS

police

cảnh sát

Europe

châu Âu

North America

Bắc Mỹ

South America

Nam Mỹ

Africa

châu Phi

Asia

châu Á

Australia

châu Úc

Atlantic

Đại Tây Dương

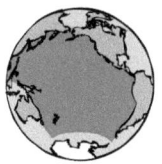

Pacific

Thái Bình Dương

Indian Ocean

Ấn Độ Dương

Antarctic Ocean

Nam Cực Dương

Arctic Ocean

Bắc Băng Dương

North Pole

bắc cực

South Pole

nam cực

Antarctica

nam cực

Earth

trái đất

land

đất liền

sea

biển

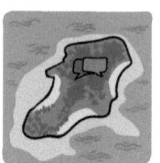

island

đảo

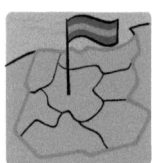

nation

quốc gia

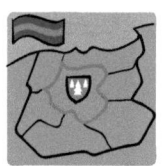

state

nhà nước

clock face

mặt đồng hồ

hour hand

kim chỉ giờ

minute hand

kim chỉ phút

second hand

kim chỉ giây

What time is it?

Bây giờ là mấy giờ?

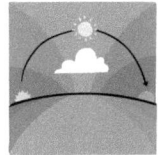

day

ngày

time

thời gian

now

bây giờ

digital watch

đồng hồ điện tử

minute

phút

hour

giờ

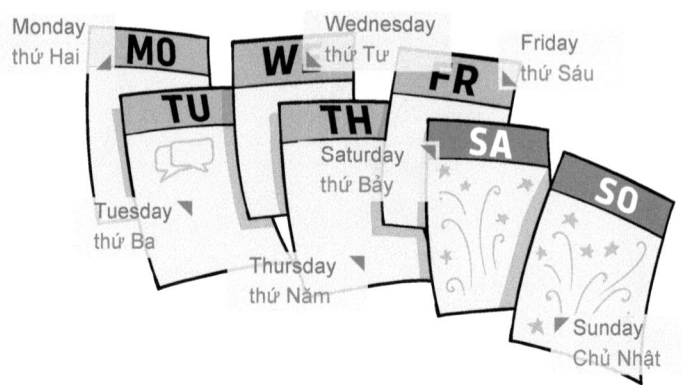

Monday — thứ Hai
Wednesday — thứ Tư
Friday — thứ Sáu
Tuesday — thứ Ba
Thursday — thứ Năm
Saturday — thứ Bảy
Sunday — Chủ Nhật

yesterday

hôm qua

today

hôm nay

tomorrow

ngày mai

morning

buổi sáng

noon

buổi trưa

evening

buổi tối

business days

ngày làm việc

weekend

cuối tuần

rain
mưa

snow
tuyết

wind
gió

spring
mùa xuân

autumn
mùa thu

summer
mùa hè

winter
mùa đông

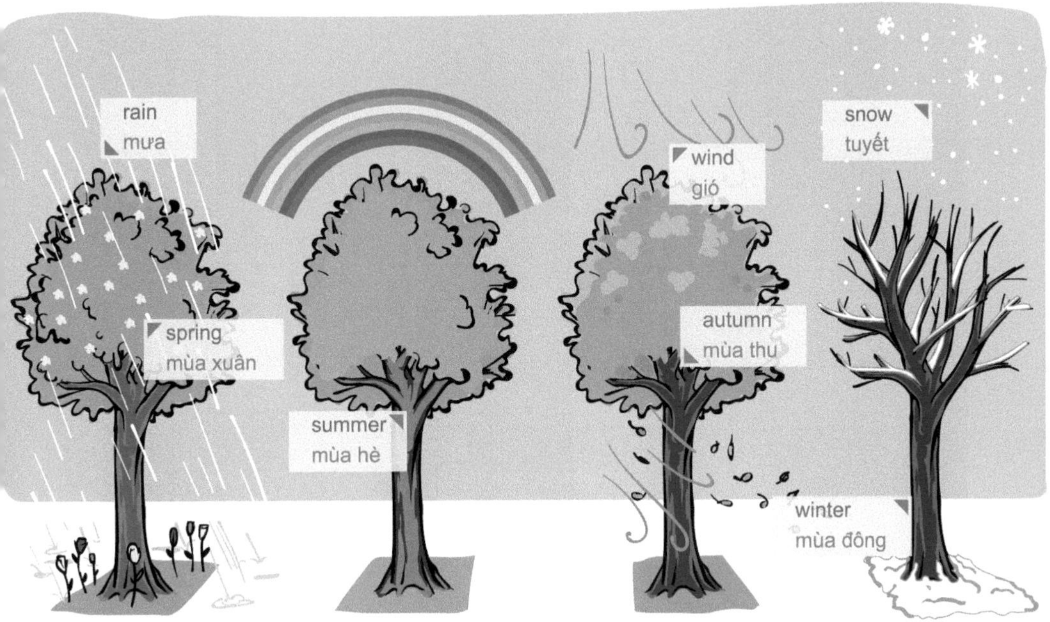

weather forecast

dự báo thời tiết

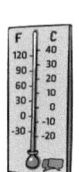

thermometer

nhiệt kế

sunshine

ánh nắng

cloud

mây

fog

sương mù

humidity

độ ẩm không khí

lightning

tia chớp

thunder

sấm sét

storm

cơn bão

hail

mưa đá

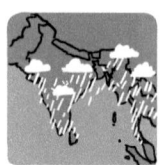

monsoon

gió mùa

flood

lũ lụt

ice

nước đá

January

tháng Một

February

tháng Hai

March

tháng Ba

April

tháng Tư

May

tháng Năm

June

tháng Sáu

July

tháng Bảy

August

tháng Tám

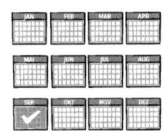

September

tháng Chín

October

tháng Mười

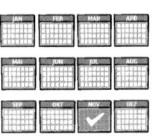

November

tháng Mười Một

December

tháng Mười Hai

# shapes
## hình dạng

circle

hình tròn

square

hình vuông

rectangle

hình chữ nhật

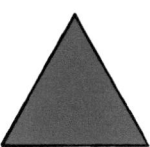

triangle

hình tam giác

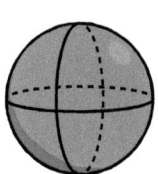

sphere

hình cầu

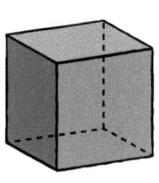

cube

khối vuông

white

màu trắng

yellow

màu vàng

orange

màu cam

pink

màu hồng

red

màu đỏ

purple

màu tím

blue

màu xanh dương

green

màu xanh lá cây

brown

màu nâu

grey

màu xám

black

màu đen

a lot / a little

nhiều / ít

angry / calm

tức tối / điềm tĩnh

beautiful / ugly

xinh đẹp / xấu xí

beginning / end

bắt đầu / kết thúc

big / small

to / nhỏ

bright / dark

sáng / tối

brother / sister

anh (em) trai / chị (em) gái

clean / dirty

sạch / bẩn

complete / incomplete

đủ / thiếu

day / night

ngày / đêm

dead / alive

chết / sống

wide / narrow

rộng / chật hẹp

edible / inedible

ăn được / không ăn được

evil / kind

ác / tử tế

excited / bored

hào hứng / chán nản

fat / thin

béo / gầy

first / last

đầu tiên / cuối cùng

friend / enemy

bạn / thù

full / empty

đầy / rỗng

hard / soft

cứng / mềm

heavy / light

nặng / nhẹ

hunger / thirst

đói / khát

ill / healthy

bệnh / khỏe mạnh

illegal / legal

bất hợp pháp / hợp pháp

intelligent / stupid

thông minh / ngu

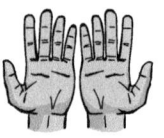

left / right

trái / phải

near / far

gần / xa

new / used

mới / cũ

nothing / something

không có gì cả / có cái gì đó

old / young

già / trẻ

on / off

bật / tắc

open / closed

mở / đóng

quiet / loud

im lặng / ồn ào

rich / poor

giàu / nghèo

right / wrong

đúng / sai

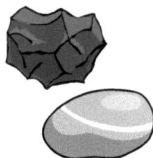

rough / smooth

sần sùi / mịn màng

sad / happy

buồn / vui

short / long

ngắn / dài

slow / fast

chậm / nhanh

wet / dry

ẩm ướt / khô ráo

warm / cool

ấm áp / mát mẻ

war / peace

chiến tranh / hòa bình

opposites - đối lập

**0**

zero

số không

**1**

one

một

**2**

two

hai

**3**

three

ba

**4**

four

bốn

**5**

five

năm

**6**

six

sáu

**7**

seven

bảy

**8**

eight

tám

**9**

nine

chín

**10**

ten

mười

**11**

eleven

mười một

**12**

twelve

mười hai

**13**

thirteen

mười ba

**14**

fourteen

mười bốn

**15**

fifteen

mười lăm

**16**

sixteen

mười sáu

**17**

seventeen

mười bảy

**18**

eighteen

mười tám

**19**

nineteen

mười chín

**20**

twenty

hai mươi

**100**

hundred

một trăm

**1.000**

thousand

một ngàn

**1.000.000**

million

một triệu

English

tiếng Anh

American English

tiếng Anh Mỹ

Chinese Mandarin

tiếng Quan Thoại

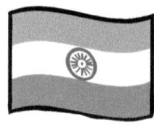

Hindi

tiếng Hin-di

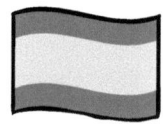

Spanish

tiếng Tây Ban Nha

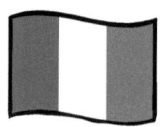

French

tiếng Pháp

Arabic

tiếng Ả-rập

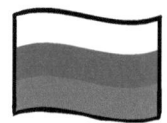

Russian

tiếng Nga

Portuguese

tiếng Bồ Đào Nha

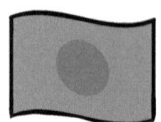

Bengali

tiếng Bengal

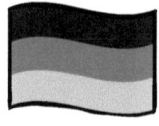

German

tiếng Đức

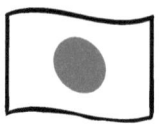

Japanese

tiếng Nhật

I

tôi

you

bạn

he / she / it

anh ta / cô ta / nó

we

chúng tôi

you

các bạn

they

họ

who?

ai?

what?

cái gì?

how?

như thế nào?

where?

ở đâu?

when?

lúc nào?

name

tên

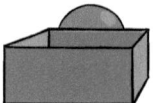

behind

phía sau

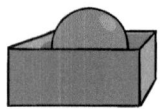

in

ở trong

in front of

phía trước

over

phía trên

on

ở trên

under

ở dưới

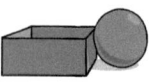

beside

bên cạnh

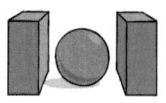

between

ở giữa

place

chỗ